GU01033030

# டிபன் வரிசை

# தேங்காய் தோசை

தேவையான பொருட்கள்:

புழுங்கல் அரிசி – 200 கிராம்
தேங்காய் துறுவல் – 100 கிராம்
உப்பு – தேவையான அளவு

செய்முறை:

அரிசியை இரண்டு மணிநேரம் வரை ஊறவைக்க வேண்டும்.

அதன் பின்னர் ஊறவைத்திருந்த அரிசியை தேங்காய் துருவலுடன் சேர்த்து நைசாக அரைத்துக் கொள்ளவும்.

அரைத்த மாவுடன் உப்பு சேர்த்து இரண்டு மணி நேரம் ஊறவைக்கவும்.

அதன் பின்னர் ஊறவைத்த மாவுடன் தோசை சுடுவதற்று தேவையான அளவு தண்ணீர் சேர்த்து கரைத்து கொள்ளவும்.

தோசைக்கல் சூடானதும் தோசை ஊற்றி இரண்டு பக்கமும் சுட்டு எடுத்தால் தேங்காய் தோசை ரெடி.

# பால் தோசை

தேவையான பொருட்கள்

பச்சை அரிசி மாவு — 400 கிராம்
பால்          — 1 லிட்டர்
சக்கரை        — 300 கிராம்
ஏலக்காய்      — 5
உப்பு          — தேவையான அளவு

செய்முறை

பச்சை அரிசி மாவில் தேவையான அளவு வெந்நீர் ஊற்றி, உப்பு சேர்த்து கரைத்துக் கொள்ளவும்.

தோசைக்கல் காய்ந்ததும் தடியாக தோசை ஊற்றி மூடி போட்டு வேகவைக்க வேண்டும்.

பாலை நன்றாக சுண்டக் காய்ச்சி, அதனுடன் தேவையான அளவு சக்கரை மற்றும் ஏலக்காய் தூள் கலந்து கொள்ளவும்.

பரிமாறுவதற்கு முன்னர் தயார் செய்து வைத்திருக்கும் தோசைகளை தயார் செய்துள்ள பாலில் நனைத்து பரிமாறவும்..

# ஜவ்வரிசி தோசை

தேவையான பொருட்கள்

| | | |
|---|---|---|
| ஜவ்வரிசி | — | 300 கிராம் |
| பச்சைஅரிசி | — | 100 கிராம் |
| தயிர் | — | 2 தேக்கரண்டி |
| உப்பு | — | தேவையான அளவு |
| எண்ணெய் | — | 2 தேக்கரண்டி |
| பச்சைமிளகாய் | — | 3 |
| பெருங்காயம் | — | 1 தேக்கரண்டி |
| சீரகம் | — | 1/4 தேக்கரண்டி |
| கடுகு | — | 1/4 தேக்கரண்டி |
| கறிவேப்பிலை | — | 10 |
| புளித்த மோர் | — | தேவையான அளவு |

செய்முறை

ஜவ்வரிசியையும் அரிசியையும் 2மணி நேரம் ஊறவைத்து அரைத்து கொள்ளவும்.

கடாயில் எண்ணெய் ஊற்றி சூடானதும் கடுகு, கறிவேப்பிலை ,பெருங்காயம், சீரகம் மற்றும் நறுக்கிய மிளகாய் சேர்த்து தாளித்து, மாவில் கலந்து கொள் ளவும்.

அதன்பின்னர் தேவையான அளவு மோர் ஊற்றி தோசை மாவு பதத்திற்கு மாவை கரைத்து கொள்ளவும்.

# தாளித்த தோசை

தேவையான பொருட்கள்

| | | |
|---|---|---|
| பச்சைஅரிசி | — | 400 கிராம் |
| உளுந்து | — | 250 கிராம் |
| உப்பு | — | தேவையான அளவு |
| கடலைப் பருப்பு | — | 50 கிராம் |
| தேங்காய் | — | 1 |
| எண்ணெய் | — | தாளிக்க |
| கடுகு | — | 1/4தேக்கரண்டி |
| முந்திரி | — | 10 |
| பச்சைமிளகாய் | — | 6 |
| பெருங்காயம் | — | 1 தேக்கரண்டி |
| தயிர் | — | 2 தேக்கரண்டி |

செய்முறை

அரிசியை ரவை போல் அரைத்துக் கொள்ளவும்.

உளுந்தை ஊறவைத்து தோசைக்கு அரைப்பது போல் நைசாக அரைத்துக் கொள்ளவும்.

அரைத்த உளுத்தம்மாவுடன், ரவையாக அரைத்த அரிசி மாவையும், உப்பு சேர்த்து கலந்து கொள்ளவும்.

அதன்பின்னர் கடலைப் பருப்பு மற்றம் ஊறவைத்த தேங்காய் துருவலையும் மாவுடன் கலந்து

கொள்ளவும்.

அடுப்பில் கடாயை வைத்து, எண்ணெய் ஊற்றி எண்ணெய் சூடானதும் கடுகு, முந்திரி, நறுக்கிய பச்சை மிளகாய் சேர்த்து தாளித்து மாவில் கலந்து கொள்ளவும்.

பெருங்காயத்தை தண்ணீரில் கரைத்து பிறகு மாவில் கலந்து கொள்ளவும்.

அதனுடன், தயிர் சேர்த்து தேவையான அளவு தண்ணீர் விட்டு மாவை தோசை மாவு பதத்திற்கு கரைத்துக் கொள்ளவும்.

அதன் பின்னர் சுமார் 10மணி நேரமாவது மாவை ஊறவைக்க வேண்டும்.

அதன் பின் தோசைக் கல்லில் நெய்விட்டு, தோசை சுட்டு எடுத்தால் சுவையான தாளித்த தோசை ரெடி.

# மங்களூர் தோசை

தேவையான பொருட்கள்

| | | |
|---|---|---|
| பச்சைஅரிசி | — | 400 கிராம் |
| தேங்காய் | — | 1 |
| உப்பு | — | தேவையான அளவு |
| கடலை மாவு | — | 3 தேக்கரண்டி |

செய்முறை

அரிசியை ஒரு மணி நேரம் ஊறவைக்கவும்.

ஊறவைத்த அரிசியையுடன் ஒரு மூடி தேங்காய் துருவலையும் சேர்த்து மாவாக அரைத்து கொள்ளவும்.

மாவை அரைத்த பின்னர் கிரைண்டர் அலம்பிய தண்ணீரை கஞ்சியாக காய்ச்சவும்.

காய்ச்சிய கஞ்சியை அரைத்து வைத்திருந்த மாவுடன் சேர்த்து, அதனுடன் கடலை மாவு மற்றும் உப்பு சேர்த்து, தேவையான அளவு தண்ணீர் விட்டு தோசை மாவு பதத்திற்கு கரைத்துக் கொள்ளவும்.

தோசைக் கல்லை அடுப்பில் வைத்து நெய் ஊற்றி இரண்டு பக்கமும் திருப்பி போட்டு எடுத்தால், சுவையான மற்றும் முருகலாகவும் தோசை ரெடி.

# பச்சரிசி இட்லி

தேவையான பொருட்கள்

| | | |
|---|---|---|
| பச்சைஅரிசி | — | 250 கிராம் |
| அவல் | — | 100 கிராம். |
| உளுந்து | — | 2 தேக்கரண்டி |
| வெந்தையம் | — | 1 தேக்கரண்டி |
| தேங்காய் துருவல் | — | 1 மூடி |
| தயிர் | — | 1 தேக்கரண்டி |
| பால் | — | 1 தேக்கரண்டி |
| நெய் | — | 2 தேக்கரண்டி |
| பச்சை மிளகாய் | — | 4 |
| கடுகு | — | 1/4 தேக்கரண்டி |
| உளுந்து | — | 1 தேக்கரண்டி |
| கறிவேப்பிலை | — | 10 இலை |
| இஞ்சி | — | சிறு துண்டு |
| உப்பு | — | தேவையா அளவு |
| பெருங்காயம் | — | 1 மேஜைகரண்டி |

செய்முறை

அரிசியை அவல்லையும் 1மணி நேரம் வரை ஊறவைக்கவும்.

உளுந்து,வெந்தயம் இரண்டையும் சிறிது நீரில் ஊறவைக்கவும்.

தேங்காய் துருவலுடன் ஊறவைத்திருக்கும்

அரிசியையும் சேர்த்து கரகரப்பாக அரைத்து கொள்ளவும்.

அதன் பின்னர் உளுந்தையும் வெந்தையத்தை —யும் சேர்த்து நைசாக அரைத்து கொள்ளவும்.

மாவுடன் ஊற வைத்திருந்த அவலையும் தயிரையும் பாலையும் சேர்த்து இரவு முழுவதும் மூடி வைக்கவும்.

மறு நாள் காலையில் நெய் சுடாக்கி பச்சை மிளகாய், கடுகு, உளுந்து, கறிவேப்பிலை, இஞ்சி, போட்டு தாலித்து மாவில் சேர்த்து கொள்ளவும்.

தேவையான அளவு உப்பு மற்றும் பெருங்காயத்தை சேர்த்து தேவைபடும் தண்ணீர் விட்டு மாவை கரைத்து கொள்ளவும்.

இட்லி தட்டியில் இட்லி ஊற்றி எடுத்தால் சுவையான இட்லி ரெடி.

# மசாலா இட்லி

தேவையான பொருட்கள்

| | | |
|---|---|---|
| உருனைகிழங்கு | — | 2 |
| காராட் | — | 1 |
| பட்டாணி | — | 50 கிராம் |
| காலிபிளவர் | — | 50 கிராம் |
| வெங்காயம் | — | 200 கிராம் |
| முந்திரி | — | 10 |
| மிளகாய் வற்றல் | — | 6 |
| கடலை பருப்பு | — | 2 தேக்கரண்டி |
| உப்பு | — | தேவையான அளவு |
| கொத்தமல்லி | — | 4 தேக்கரண்டி |
| தேங்காய் துருவல் | — | 1மூடி |
| நெய் | — | 3 தேக்கரண்டி |
| கடுகு | — | 1/4 தேக்கரண்டி |
| உளுந்து | — | 1 தேக்கரண்டி |
| கறிவேப்பிலை | — | 1 ஆர்க்கு |
| தக்காளி | — | 1 |

செய்முறை

உருளைகிழங்கு,காராட்,பட்டாணி,காலிபிலவர், அனைத்து அரை வேக்காடாக வேகவைத்து கொள்ளவும்.

உருளைகிழங்கு தோல் உரித்த கொள்ளவும்.

வேகவைத்த காய்கறிகளை சிறு சிறு துண்டங்களாக நறுக்கி கொள்ளவும்.

கடலை பருப்பை வருத்து எடுத்து கொள்ளவும்.
அதனுடன் மிளகாய் வற்றல் உப்பு, கொத்தமல்லி, தேங்காய் துருவலையும் சேர்த்து சட்டினி போல் கெட்டியாக அரைத்து கொள்ளவும்.

கடாயில் நெய்விட்டு கடுகு,உளுந்து,கறிவேப்பிலை போட்டு தாலிக்கவும்.

இவற்றுடன் உடைத்த முந்திரி பருப்பயையும், வெங்காயத்தை சேர்த்து வதக்கவும்.

அதன் பின்னர் பொடியாக நறுக்கிய வைத்த காய்கறிகளுடன் தக்காளி சேர்த்து வதக்கவும்.

நன்றாக வதங்கியதும் அரைத்து வைத்திருந்த விழுதையும் சேர்த்து கலந்து கொள்ளவும்.

இட்லி தட்டில் சிறிது மாவை ஊற்றி அதன் மேல் 3அல்லது4 தேக்கரண்டி மசாலாவை வைத்து மேலும் மாவை ஊற்றி முடி போட்டு வேகவைத்து எடுத்தால் சுவாயான மசாலா இட்லி ரெடி.

# ரவா சேமியா இட்லி

தேவையான பொருட்கள்

| | | |
|---|---|---|
| ரவை | — | 200 கிராம் |
| சேமியா | — | 200 கிராம் |
| நெய் | — | 5 தேக்கரண்டி |
| எண்ணெய் | — | 2 தேக்கரண்டி |
| கடுகு | — | 1/4 தேக்கரண்டி |
| உளுத்தம் பருப்பு | — | 1 தேக்கரண்டி |
| கடலைபருப்பு | — | 1 தேக்கரண்டி |
| முந்திரி பருப்பு | — | 10 |
| பீட்ருட் | — | 1 |
| காராட் | — | 1 |
| பட்டாணி | — | 50 கிராம் |
| கறிவேப்பிலை | — | 1 ஆர்க்கு |
| பச்சை மிளகாய் | — | 3 |
| காய்ந்த மிளகாய் | — | 2 |
| தயிர் | — | 3 தேக்கரண்டி |
| உப்பு | — | தேவையான அளவு |

செய்முறை

ரவையையும் சேமியாவையும் நெய்விட்டு பொன்நிறமாக வறுத்து எடுத்து கொள்ளவும்.

அதே கடாயில் நெய்யும் நல்லெய்ணெயையும் விட்டு காய்ந்ததும்.

கடுகு, உளுந்து, கடலை பருப்பு, முந்திரியையும் சேர்த்து பொன்றிமாக வறுத்து ரவையில் கலந்து கொள்ளவும்.

காய்கறிகளை பொடியாக நறுக்கி ரவையுடன் கலந்து கொள்ளவும்.

பச்சை மிளகாய்யையும் மற்றும் காய்ந்த மிளகாய்யையும் விழுதாக அறைத்து ரவையில் கலந்து கொள்ளவும்.

அதனுடன் உப்பு, தயிர், நெய் விட்டு பிசைந்து கொள்ளவும்.

வாழை இலையில் இட்லி போல் தட்டி வேகவைத்து எடுத்தால் சுவாயான ரவா சேமியா இட்லி ரெடி.

# கார கோதுமை புட்டு

தேவையான பொருட்கள்

| | | |
|---|---|---|
| சம்பா கோதுமை | — | 400 கிராம் |
| உப்பு | — | தேவையான அளவு |
| எண்ணெய் | — | 1 தேக்கரண்டி |
| நெய் | — | 1 தேக்கரண்டி |
| கடுகு | — | 1/4 தேக்கரண்டி |
| உளுந்து | — | 1/2 தேக்கரண்டி |
| கறிவேப்பிலை | — | 2 |

செய்முறை

கோதுமை மாவை சலித்து லேசான வறுத்துக் எடுத்து கொள்ளவும்.

தேவையான உப்பை சிறிது தண்ணீர்யில் கரைத்து அதனுடன் எண்ணெய் சேர்த்து பிசறி வேகவைத்து கொள்ளவும்.

அதன் பின் அடுப்பில் கடாய்யை வைத்து நெய்விட்டு காய்ந்ததும் கடுகு, ஊளுந்து, கறிவேப்பி லை, மிளகாய் சேர்த்து தாலிக்கவும்.

அதனுடன் வேகவைத்து கோதுமை மாவை உதிர்த்து கலந்தால் கார கோதுமை பிட்டு தயார்.

# ரவை வடை

தேவையான பொருட்கள்

| | | |
|---|---|---|
| ரவை | — | 200 கிராம் |
| உருளைகிழங்கு | — | 100 கிராம் |
| உப்பு | — | தேவையான அளவு |
| பச்சை மிளகாய் | — | 3 |
| கொத்தமல்லி கட்டு | — | 1 |
| எலுமிச்சை பழம் | — | 1 |

செய்முறை

ரவையை வறுத்துக் எடுத்து கொள்ளவும்.

உருளைகிழங்கை வேவைத்து தோல் உரித்து வருத்த வைத்திருந்த ரவையுடன் உப்பு சேர்த்து பிசையவும்.

மிளகாய், கொத்தமல்லி, இரண்டையும் பொடியாக நறுக்கி ரவையுடன் கலந்து கொள்ளவும்.

அதனுடன் எலுமிச்சை சாரையும் சேர்த்து தண்ணீர் விட்டு வடை மாவு பதத்திற்கு பிசைந்து கொள்ளவும்.

நெய் அல்லது எண்ணெய்யில் பொரித்து எடுத்தால் சுவையான ரவை வடை தயார்.

# கல்யாண வடை

தேவையான பொருட்கள்

| | | |
|---|---|---|
| துவரம் பருப்பு | — | 100 கிராம் |
| உளுந்து | — | 100 கிராம் |
| பெருங்காயம் | — | 2 தேக்கரண்டி |
| பச்சை மிளகாய் | — | 5 |
| இஞ்சி | — | சிறு துண்டு |

செய்முறை

துவரம் பருப்பையும், உளுத்தம் பருப்பையும் ஒரு மணி நேரம் ஊறவைக்கவும்.

ஊறவைத்த பருப்புடன் உப்பு சேர்த்து பச்சை மிளகாய், இஞ்சி, பெருங்காயம் சேர்த்து வடைக்கு அரைப்பது போல் அரைத்து கொள்ளவும்.

பிறகு அடுப்பில் எண்ணெய்யை காயவைத்ததுதம் வடையை தட்டி போட்டு பொன்றிமாக பெரித்து தெடுத்தால் சுவையான கல்யாண வடை ரெடி.

# கடலை பருப்பு உப்புமா

தேவையான பொருட்கள்

| | | |
|---|---|---|
| கடலை பருப்பு | — | 200 கிராம் |
| பச்சைஅரிசி | — | 100 கிராம் |
| உப்பு | — | தேவையான அளவு |
| தேங்காய் | — | 1 (துறுவியது) |
| எண்ணெய் | — | 4 தேக்கரண்டி |
| மிளகாய் | — | 4 |
| கடுகு | — | 1/2 தேக்கரண்டி |
| உளுந்து | — | 1 தேக்கரண்டி |
| கறிவேப்பிலை | — | 1 ஆர்க்கு |
| பெருங்காயம் | — | 1 தேக்கரண்டி |

செய்முறை

கடலைபருப்பையும் அரிசியையும் ஒரு மணி நேரம் ஊறவைக்கம்.

பருப்பையும் அரிசியையும் சேர்த்து ரவை ரவையாக இட்லி மாவு பதத்திறக்கு அரைத்து கொள்ளவும்.

மாவில் உப்பு போட்டு கலந்து இட்லி சுடுவது போல் சுட்டு எடுக்கவும்.

சுட்டு எடுத்த இட்லியை உதிர்த்து கொள்ளவும்.

கடாயில் எண்ணெய்யை விட்டு சூடானதும் மிளகாய், கடுகு, உளுந்து சிவந்ததும் கறிவேப்பிலை சேர்க்கவும்.

அதனுடன் உதிர்த்த உப்பு மாவையும் தேங்காய் துருவலையும் சேர்த்து கிளரவும்.

அதனுடன் பெருங்காயம் சேர்த்து கிளரினால் சுவாயான கடலை பருப்பு உப்புமா ரெடி.

# ரவை பொங்கல்

தேவையான பொருட்கள்

| | | |
|---|---|---|
| ரவை | — | 400 கிராம் |
| நெய் | — | 7 தேக்கரண்டி |
| பச்சை பருப்பு | — | 100 கிராம் |
| சீரகம் | — | 1 தேக்கரண்டி |
| மிளகு | — | 1/2 தேக்கரண்டி |
| முந்திரி | — | 20 கிராம் |
| கறிவேப்பிலை | — | 1 ஆர்க்கு |
| உப்பு | — | தேவையான அளவு |
| இஞ்சி | — | சிறு துண்டு |

செய்முறை

ரவையை நெய்விட்டு பொன்நிறமாக வறுத்துக் கொள்ளவும்.

பச்சைபருப்பை வறுத்து நெத்தாக வேகவைத்து கொள்ளவும்.

கடாயில் நெய்விட்டு சீரகம், மிளகு, முந்திரி, கறிவேப்பிலை சேர்த்து தாலிக்கவும்.

அதனுடன் 200மி.லி தண்ணீர்விட்டு உப்பு போட்டு கொதிக்கவிடவும்.

அதன்பின் வறுத்து வைத்திருக்கும் ரவையை போட்டு கிளரவும் ரவை வெந்ததும் பருப்பை சேர்த்து கிளறவும்.

அதன் பின் இஞ்சி சேர்த்து கிளரவும் தண்ணீர் சுண்டி பொங்கல் பக்குவமானதும் ரவை பொங்கல் ரெடி.

# இட்லி சாம்பார்

### தேவையான பொருட்கள்

| | | |
|---|---|---|
| துவரம்பருப்பு | — | 100 கிராம் |
| மஞ்சள் | — | 1 தேக்கரண்டி |
| எண்ணெய் | — | தேவையான அளவு |
| பரங்கிக்காய் | — | 1 பத்தை |
| பச்சை மிளகாய் | — | 2 |
| காய்ந்த மிளகாய் | — | 6 |
| வெந்தயம் | — | 1/4 தேக்கரண்டி |
| உளுத்தம் பருப்பு | — | 1 தேக்கரண்டி |
| பெருங்காயம் | — | 1 தேக்கரண்டி |
| புளி | — | சிறு நெல்லிக்காய் |
| கடுகு | — | 1/4 தேக்கரண்டி |
| கறிவேப்பிலை | — | 1 ஆர்க்கு |
| கொத்தமல்லி | — | 2 தேக்கரண்டி |

### செய்முறை

800மி.லி தண்ணீரில் பருப்புடன் மஞ்சள் தூள் எண்ணெய் விட்டு குழைய வேக வைத்துக் கொள்ளவும்.

பரங்கிக்காய்யை தோல் சிவி துண்டாக நறுக்கி கொள்ளவும்.

பருப்புடன் பரங்கிக்காய்யையும் சேர்த்து வேகவிடவும்.

மிளகாய்,வெந்தயம்,உளுந்து,பெருங்காயம் இவைகள் அனைத்தையும் எண்ணெய் விட்டு வருத்து பொடி செய்து பருப்புடன் சேர்த்து

கொதிக்கவிடவும்.

அதன்பின் உப்பு மற்றும் புளியையும் 100மி.லி தண்ணீரில் கரைத்து சாம்பாரில் விடவும்.

நன்றாக கொதி வந்ததும் மற்றோரு கடாயில் எண்ணெய்விட்டு காய்ந்ததும், மிளகாய், கடுகு, கறிவேப்பிலை, போட்டு தாலித்து சாம்பாரில் கொட்டி கொதிக்கவிடவும்.

சாம்பார் கொதித்ததும் சிறிது கொத்தமல்லி துவி இறக்கிநால் சுவையான இட்லி சாம்பார் ரெடி.

# தக்காளி சாம்பார்

தேவையான பொருட்கள்

| | | |
|---|---|---|
| துவரம்பருப்பு | — | 100 கிராம் |
| காய்ந்த மிளகாய் | — | 8 |
| வெந்தையம் | — | 1/4 தேக்கரண்டி |
| சீரகம் | — | 1/4 தேக்கரண்டி |
| உளுந்து | — | 2 தேக்கரண்டி |
| பெருங்காயம் | — | 1 தேக்கரண்டி |
| தக்காளி | — | 1/4 கிலோ |
| புளி | — | சுண்டக்காய் அளவு |
| உப்பு | — | தேவையான அளவு |
| கடுகு | — | 1/4 தேக்கரண்டி |
| கறிவேப்பிலை | — | 1 ஆர்க்கு |
| கொத்தமல்லி | — | சிறிது |

செய்முறை

800மி.லி தண்ணீரில் பருப்பு மற்றும் மஞ்சள் தூள் சேர்த்து குழைய வேகவைக்க வேண்டும்.

வெந்தையம் சீரகம்,உளுந்து,பெருங்காயம் அனைத்தும் எண்ணெய் விட்டு வருத்து பொடித்து கொள்ளவும்.

தக்காளியை நான்கு துண்டாங்களாக நறுக்கி கொள்ளவும்.

நறுக்கிய தக்காளியை வெண்நிரியில் போட்டு மூடி வைத்து சிறிது நேரம் கழித்து தக்காளியின் தோலை நிகிவிட்டு சாறு எடுத்து கொள்ளவும்.

வேகவைத்த பருப்பை நன்றாக கரைத்து அதனுடன் தக்காளி விழுதை சேர்த்து அரைத்து வைத்துள்ள மிளகாய் பொடியையும் சேர்த்து கொதிக்கவிடவும்.

கொதிக்க ஆரம்பித்ததும் புளியை உப்பும் சேர்த்து சிறிது தண்ணீரில் கரைத்து சாம்பாரில் விடவும்.

கடாயில் எண்ணெய்விட்டு கடுகு,மிளகாய், கிறிவேப்பிலை, சேர்த்து தாலித்து சாம்பாரில் கலக்கவும்.

ஒரு கொதி வந்ததும் கொத்தமல்லி சேர்த்தால் சாம்பார் ரெடி.

# தேங்காய் மாங்காய் சட்னி

தேவையான பொருட்கள்

| | | |
|---|---|---|
| பச்சை மிளகாய் | — | 6 |
| பெருங்காயம் | — | 2 தேக்கரண்டி |
| மாங்காய் | — | 1 |
| தேங்காய் | — | 1 மூடி |
| எண்ணெய் | — | தேவையான அளவு |
| கடுகு | — | 1/4 தேக்கரண்டி |
| கறிவேப்பிலை | — | 1 ஆர்க்கு |

செய்முறை

பச்சை மிளகாய், பெருங்காயம், தோல் சிவிய மாங்காய் துறுவிய தேங்காய் சேர்த்து அரைத்து கொள்ளவும்.

கடுகு, கறிவேப்பிலை, சேர்த்து தாலித்து சட்னியில் கலந்து கொள்ளவும்.

தேவையான அளவு உப்பு சேர்த்து பரிமாறவும்.

# தக்காளி சட்னி

தேவையான பொருட்கள்

| | | |
|---|---|---|
| காய்ந்த மிளகாய் | — | 6 |
| கடலை பருப்பு | — | 1 தேக்கரண்டி |
| வெந்தையம் | — | 10 |
| பெருங்காயம் | — | 2 தேக்கரண்டி |
| தக்காளி | — | 1/4 கிலோ |
| எண்ணெய் | — | தாலிக்க |
| கடுகு | — | 1/4 தேக்கரண்டி |
| உளுந்து | — | 1/2 தேக்கரண்டி |
| கறிவேப்பிலை | — | 1 ஆர்க்கு |
| பச்சை மிளகாய் | — | 1 |

செய்முறை

மிளகாய்,கடலைபருப்பு,வெந்தையம்,பெருங்காயம் அனைத்தும் எண்ணெய்யில் வறுத்து பொடித்து கொள்ளவும்.

தக்காளியை நான்காக வெட்டி ஒரு பாத்திரத்தில் போடவும் 400மி.லி கொதிக்கிர தண்ணீர் பாத்திரத்தில் ஊற்றி முடவும்.

சூடு ஆறியதும் தக்காளி தோலை நிகிவிட்டு அதே நீரில் தக்காளி பழத்தை அரைத்து கொள்ளவும்.

அதனுடன் உப்பு சேர்த்து கரைத்து கொள்ளவும். தயார் செய்து இருக்கும் மிளகாய் பொடியை தக்காளி சாறுடன் கலந்து கொள்ளவும்.

கடாயில் எண்ணெய்விட்டு கடுகு உளுந்து கறிவேப்பிலை அதனுடன் இரண்டாக வெட்டிய பச்சை மிளகாய் சேர்த்து தாலிக்கவும்.

தக்காளி சாறை அதில் ஊற்றி கொதி வந்ததும் தக்காளி சாம்பார் ரெடி.

# தக்காளி குருமா

தேவையான பொருட்கள்

| | | |
|---|---|---|
| காய்ந்த மிளகாய் | — | 10 |
| தனியா | — | 3 தேக்கரண்டி |
| சோம்பு | — | 2 தேக்கரண்டி |
| சீரகம் | — | 1/4 தேக்கரண்டி |
| பூண்டு | — | 1 பெரியது |
| கசகசா | — | 1 தேக்கரண்டி |
| தக்காளி | — | 1/2 கிலோ |
| உருளைகிழங்கு | — | 300கிராம் |
| எண்ணெய் | — | தாலிக்க |
| கடுகு | — | 1/2 தேக்கரண்டி |
| முந்திரிபருப்பு | — | 20 |
| கறிவேப்பிலை | — | 1 ஆர்க்கு |
| பட்டை | — | சிற துண்டு |
| கிராம்பு | — | 3 |
| ஏலக்காய் | — | 3 |
| வெங்காயம் | — | 3 |
| உப்ப | — | தேவையான அளவு |
| தேங்காய் | — | 1 மூடி |
| தயிர் | — | 3 தேக்கரண்டி |
| கொத்தமல்லி | — | 5 தேக்கரண்டி |

செய்முறை

மிளகாய்,தனியா,சோம்பு,சீரனம்,பூண்டு,கசகசா இவை அனைத்தும் விழுதாக அரைத்து கொள்ளவும்.

உருளைகிழங்கு வேகவைத்து தோல் உரித்து எட்டு துண்டங்களாக வெட்டி கொள்ளவும்.

தக்காளியை பொடியாக நறுக்கி கொள்ளவும்.

அடுப்பில் கடாயை வைத்து எண்ணெய் விட்டு சுடானதும் கடுகு, முந்திரி, கறிவேப்பிலை, பட்டை, கிராம்பு, ஏலக்காய், சேர்த்து தாலிக்கவும்.

அதன் பின் நறுக்கிய வெங்காயம் சேர்த்து வதக்கவும், வெங்காயம் வதங்கியதும் தக்காளி சேர்த்து நன்றாக வதக்கவும் அதன் பின் உருளைகிழங்கு சேர்த்து வதக்கவும்.

அரைத்து வைத்துள்ள விழுதையும் போதிய அளவு தண்ணீர் உப்பு போட்டு கொதிக்க விடவும்.

பிறகு தேங்காய் நைசாக அரத்து குருமாவில் சேர்த்து இரண்டு கொதி வந்ததும் இறக்கிவிடவும்.

குருமா ஆறியதும் தயிர் கொத்தமல்லி சேர்த்து பரிமாரவும்.

# புளி சட்னி

தேவையான பொருட்கள்

புளி            —  பெரிய நெல்லிகாய் அளவு
பச்சை மிளகாய்    —  5
காய்ந்த மிளகாய்   —  5
மிளகு            —  20


செய்முறை

புளி கொட்டையை நீக்கிவிட்டு பச்சை மிளகாய், காய்ந்த மிளகாய், மிளகு, தேவையான அளவு உப்பு சேர்த்து அரைத்து கொள்ளவும்.
சுவையான புளி சட்னி ரெடி.

# தேன் சுவை

தேவையான பொருட்கள்

| | | |
|---|---|---|
| வேர்கடலை | — | 200 கிராம் |
| முந்திரி | — | 100 கிராம் |
| தேங்காய் | — | 1 மூடி |
| சக்கரை | — | 700 கிராம் |
| சுக்கு ஏலரிசி | — | 20 கிராம் |
| நெய் | — | தேவையான அளவு |

செய்முறை

வேர்கடலை நைசாக அரைத்து கொள்ளவும்.

நெய்விட்டு முந்திரியை வருத்து ஓடைத்த கொள்ளவும்.

தேங்காய் துருவலையும் நெய்யில் பொன்நிறமாக வறுத்து கொள்ளவும்.

சக்கரையை கம்பி பதத்திற்கு பாகு காய்ச்சி கொள்ளவும்.

வேர்கடலை,முந்திரி,தேங்காய் துருவல் முன்றையும் பாகில் சேர்த்து கிளரவும்.

அனைத்தும் ஒன்று சேர்ந்த பதத்தில் வந்தவுடன்.

நெய்விட்டு அதன் பின் சுக்கு, ஏலரசி சேர்த்து கிளரவும்.

நெய்தடவிய தட்டில் கொட்டி ஆரியதும் துண்டு போட்டு பரிமாறவும்.

# உக்கரை

தேவையான பொருட்கள்

| | | |
|---|---|---|
| உடைத்தகடலை | — | 100 கிராம் |
| பச்சைபருப்பு | — | 100 கிராம் |
| உப்பு | — | 1 சிட்டிகை |
| முந்திரி | — | 10 |
| நெய் | — | 2 தேக்கரண்டி |
| திராட்சை | — | 10 கிராம் |
| ஏலக்காய் | — | 10 பொடி செய்தது |
| தேங்காய் | — | 1 |
| வெல்லம் | — | 100 |

செய்முறை

உடைத்தகடலை பச்சைபருப்பு இரண்டையும் சிறிது நேரம் தண்ணீரில் ஊறவைத்து தேவையான அளவு உப்பு சேர்த்து கரகரப்பாக அரைத்து கொள்ளவும்.

அரைத்த மாவை அவியில் வேகவைத்து உதிர்த்து கொள்ளவும்.

முந்திரி நெய் விட்டு வருத்து எடுத்து கொள்ளவும்.

தேங்காய் பால் எடுத்து அடுப்பில் வைத்து

அதனுடன் வெல்லம் சேர்க்கவும்.

அதனுடன் உதிர்த்த மாவையும் சேர்த்து கிளரி உதிரி உதிரியாக வந்ததும்,

முந்திரி ஏலக்காய் திராட்சை சேர்த்து கிளரி இறக்கினால் உக்கரை ரெடி.

11475080R00021

Printed in Great Britain
by Amazon.co.uk, Ltd.,
Marston Gate.